Tuyển thơ
Như Giọt Mưa Sa

Tuyển thơ **NHƯ GIỌT MƯA SA**
- MYNH HỨA -

Nhân Ảnh xuất bản 2024
ISBN: 9798869258779

MỸNH HỨA

Tuyển thơ
NHƯ GIỌT MƯA SA

NHÂN ẢNH
2024

Lời ngỏ

Những cảm nghĩ thoáng hiện, thoáng mất trong tâm tưởng của mỗi con người như những giọt mưa rơi xuống biển khơi. Thoát chốc nó tự đánh mất bản thể, hoà tan vào dòng nước mặn, không còn bóng dáng giữa trùng khơi.

Những con chữ được thai nghén từ những cảm nghĩ bất chợt thành lời thơ cũng sẽ tan biến vào dòng chảy cuộc đời mất tăm biệt dạng.

Trong ý tưởng muốn lưu giữ những lời thơ như một kỷ niệm của cuộc rong chơi giữa biển đời. Những dòng thơ của Mynh Hứa được in thành sách để nó không phải mai một, yên nằm trong lòng đất lạnh theo chủ của nó, vào một ngày nào đó không còn xa...

Vài dòng tản mạn mời bạn lần mở những trang thơ.

Niệm Khúc Khóc Cha

Gia cảnh đa đoan thời chinh chiến
Xóm thôn nghèo núp lũy tre xanh
Tự ngàn xưa hình như bất biến
Sống an lòng với túp lều tranh

Không chấp tranh lòng cha tâm nguyện
Nghĩa láng giềng tim mãi vấn vương
Lắm người báo láo bao nhiêu chuyện
Cha vượt qua những nỗi tai ương

Kẻ gian manh tìm muôn kẽ hở
Ghép tội cha gián điệp cho Tây
Cửa nhà Chúa hằng luôn rộng mở
Lời tụng ca cao vút tầng mây

Chúng bắt cha lên rừng cách biệt
Để muỗi mòng sốt rét giết cha
Vợ con từ đó không còn biết
Ngày đợi đêm trông mắt lệ nhoà

Chúng toại nguyện, toại lòng xảo ý
Da bọc xương cha thở hắt ra
Tránh tiếng giết người hiền, vô lý
Đang đêm dìu cha trả lại nhà

Nhà dột, cột xiêu con thơ dại
Đắp đổi qua ngày cháo cùng rau
Thuốc Nam ngoài vườn không độc hại
Củi tre sắc thuốc dạ quặn đau

Khố rách áo ôm con sáu đứa
Mẹ ru hời đứa nhỏ trong nôi
Thuốc Bắc thầy lang mua từng bữa
Trăm đắng nghìn cay uống lần hồi

Nhà nghèo còn đeo thêm bệnh tật
Lực bất tòng tâm cha qui tiên
Làng không có nghĩa trang thống nhất
Giữa ruộng lúa thân cha nghỉ yên

Cuộc trăm năm chỉ còn nấm đất
Cỏ úa theo mưa lũ bào mòn
Ngày tảo mộ cháu con bồi đắp
Năm theo năm chính mộ chẳng còn

Sau Bảy Lăm (1975) người thân theo lệnh
Qui mã để thêm đất quảng canh
Bởi nấm mộ đã nhiều sai lệch
Hài cốt cha tìm kiếm bất thành

Đất Thổ - Nhạn đành xây mộ gió
Chiến tranh nhà cháy mất giấy tờ
Lý lịch của cha không ai rõ
Lòng đất lạnh cha nằm bơ vơ.

Viết theo lời kể của Hiền mẫu và người thân.
Cụ ông mất vào cuối năm 1951
    Tháng Các Đẳng Linh hồn 01/11/2020

Nhớ Mẫu Từ

Ngày con nhận giấy…định cư xứ người
Ánh mắt mẹ …như nửa cười nửa khóc
"Mẹ già rồi…biết sống chết khi mô
Con cứ đi…cho tương lai hai cháu
Con cứ đi…để thoát kiếp đọa đày
Mẹ ở lại…dù gian nan khổ cực
Khi mẹ chết…được nằm gần người thân
Con, cháu mẹ còn…còn quan phòng Chúa"

Nào ngờ…tháng Chín mùa Thu Kỹ Tỵ
Mẹ từ trần…trong nước mắt cháu con
Mẹ ra đi…yên bình như đang ngủ
Mẹ toại lòng…đã nằm cạnh người thân
Đất Thổ – Nhạn…dùng như nơi chôn cất
Chữ nghĩa trang…chưa đúng chữ nghĩa trang
Dẫu sao…mẹ đã mồ yên mã ấm
Bốn năm sau…con lưu luyến lên đường

Lòng con còn những vấn vương
Khi sống, mẹ phải trăm đường truân chuyên
Thương con mẹ không tục huyền
Một thân nuôi dưỡng đàn con nên người
Mẹ vui khi chúng con cười
Giữa đời ô trọc, mẹ, người hiền lương
Rạng đông hay giữa đêm trường
Mẹ luôn tận tụy giúp người tai ương
Mẹ sống rộng lượng chan hoà
Lòng mẹ thắm sắc mặn mà ngát hương

Giờ đây trên cõi Thiên Đường
Tình mẹ nối kết tình thương Chúa Trời
Mẹ ơi xin mẹ nguyện cầu
Cho con, cho cháu, cho người trần gian
Sống vui trong cảnh yên hàn
Xiển dương nhân cách chứa chan tình người.

Cụ bà mất ngày 23/9/1989 Dương lịch nhằm ngày 24/8/1989 Âm lịch.

Tết Lạ Nhất Đời

Mậu Tuất (2018) tết lạ nhất đời
Gia đình sum họp...như thời chợ tan
Tứ tán trên khắp thế gian
Năm châu, chiếm bốn, cách ngàn dặm xa
Nhớ khi đông đủ một nhà
Bây giờ thui thủi vào ra ngỡ ngàng

Đón xuân lòng chạnh bàng hoàng
Châu Phi, trai cả vai mang tình người
Vì đời hiến trọn nguồn vui
Để tình Thiên Chúa nở tươi đất trời
Ra đi theo tiếng gọi mời
Hoà mình sống giữa chơi vơi khó nghèo
Biết bao mảnh đời gieo neo
Đói cơm thiếu áo dài theo tháng ngày
Lòng thành tựa gió heo may
Khấn xin Thiên Chúa dang tay độ trì

Vươn lên vượt thắng hàn vi
Châu Úc, trai thứ còn đi vì đời
Sự nghiệp như thuyền giữa khơi
Lướt con sóng bạc chân trời hừng đông
Dẫu đời còn lắm bão dông
Chí trai, sức trẻ nên không ngại gì
Mỹ – Úc ngàn dặm vẫn đi
Qua qua, lại lại nhiều khi thấy gần
Giúp người tâm chẳng ngại ngần
Lòng thành tỏa sáng tựa vầng thái dương

Viễn xứ, hồn vọng cố hương
Châu Á, vợ mãi vấn vương tình nhà
Thương như cắt ruột để ra
Bà con thân thích gần xa họ hàng
Nhớ đường đất, nhớ xóm làng
Bờ đê ngăn mặn cho ngàn lúa reo
Xuân về, nỗi nhớ mang theo
Nấm mồ khói tỏa bay vèo thoi đưa
Chập chờn hình bóng người xưa
Hồn thiêng, xin Chúa sớm đưa về Trời

Phận chồng, luôn giữ vẹn lời
Châu Mỹ, nhà cửa một đời lo toan
Chẳng xuống Đông, chẳng lên Đoài
Thủ phận là tính, mình hoài khắc ghi
An nhiên, tự tại thực thi
Tu thân, dưỡng tính vô vi giữa đời
Đêm ngày thân thưa Chúa Trời
Cho con được khỏe đến hơi thở tàn
Dù con bất xứng mọi đàng
Cải tà qui chánh, lệ tràn ăn năn

Bốn châu rồi sẽ sum vầy
Cầu cho năm mới tràn đầy niềm vui
Gia đình lại nức tiếng cười
An khang, phúc lộc cùng người hoan ca
Trách nhiệm nên phải sống xa
Con tim kết nối dẫu xa cũng gần.

30 tháng Chạp Đinh Dậu 2018

Nhân Ảnh Ta

Thuở bình minh khói sương mờ phủ
Nhân ảnh ta chưa đủ hình người
Xa xa vọng lại tiếng cười
Người đi kẻ đến mua vui qua ngày

Bầy chim biển chợt bay sà xuống
Tiếng kêu la như muốn tranh phần
Lòng ta cứ mãi phân vân
Thế gian đã có mấy người hơn chim

Đây vùng vịnh, nhịp tim trăn trở
Dân tứ xứ mừng rỡ kiếm ăn
Bạc vàng bao kẻ lùng săn
Để rồi chết thảm, đất bằng sóng dâng

Đảo hoang giam giữ thân tù tội
Chứng tích còn những nỗi xót xa
Trăm năm trong cõi người ta
Tham, sân, si chính là nghiệp oan

Ngẫm thế sự bàng hoàng khôn xiết
Thương cho đời mãi miết tìm vui
Bỏ quên Cái - Túi - Tình – Người
Trên đường đi lại tiếng cười ầm vang

Bao cảnh đẹp, giàu sang lóa mắt
Những bước chân thoăn thoắt qua cầu
Đời người rồi sẽ về đâu
Xã hội tục hóa dẫn đầu là đây

Bầy tội phạm như dây rừng thẳm
Buộc thân người vào lắm bi thương
Tả xung hữu đột trăm đường
Tình người gục chết vì vương thói đời

Nói sao cho cạn hết lời
Tiếng chim vang vọng ngàn đời chẳng phai.

Cảm tác khi tham quan cầu Golden Gate,
San Francisco, California USA

Du Lịch Lục Địa Châu Phi

Dốc Đá:
Chân lần bước, hồn nặng xót thương
Tần ngần mắt ngó, đá ngăn đường
Đời sao thống khổ cao hơn núi
Một kiếp đa đoan, quá đoạn trường

Đường Ngoại Thành:
Giũ bụi trần gian cho gió bay
Con đường đất đỏ đã bao ngày
Nằm trơ dưới nắng dường như đợi
Những chuyến xe đời lăn bánh mau

Bên Hồ Victoria:
Lắm kẻ giàu sang qui tụ về
Thâm nghiêm kín cổng khắp tư bề
Tha nhân khổ lụy đâu cần biết
Một góc trời riêng cứ mãi mê

Chợ Đêm Đèn Dầu:
Làm ngày không đủ phải làm đêm
Một nắng hai sương đời bấp bênh
Mấy bó hành tây, vài nhúm đậu
Đèn dầu lấp lánh, bóng đen thêm.

Tanzania, Africa 12/8/2017

Người Xưa Đâu Tá

Bảy mươi tuổi lẻ còn muốn cưỡi
Lạc đà Jordan xem phố cổ Petra
Ba ngàn năm trước người đâu hỡi
Vách đá cheo leo chính là nhà

Giữa mùa nắng hạ hoa đôi mắt
Đá sẫm màu da nắng dãi dầu
Phù vân muôn kiếp đời hiu hắt
Còn đâu khanh tướng với công hầu

Sinh rồi diệt, chẳng gì hằng hữu
Chốn dương gian, quán trọ xô bồ
Bao thành tích một đời thành tựu
Của hư vô trả lại hư vô

Cuộc trăm năm tử qui sanh ký
Núi đá mòn chứng tích trần ai
Trí khôn nào nói cho cạn ý
Bởi trót mang hữu thể hình hài

Cũng có lúc lương tâm tự vấn
Kiếp con người rồi sẽ về đâu
Khi vòng xoay cuộc đời đã tận
Hai chữ Tử Qui quá cao sâu

Tử và Sinh chuyển ngôi thế vị
Sống vĩnh hằng trên chốn trường sinh
Quyền lực hữu hình thôi thống trị
Giả biệt trần ai, chốn u minh.

Hành hương đến Do Thái và Jordan
02/11/2018

Chiều Nghiêng Bóng Sò

Mặt trời vừa nghiêng bóng
Ánh nắng xỏ lỗ tai
Chiều theo thủy triều xuống
Cát trắng phơi hình hài

Ham vui cùng chúng bạn
Rủ nhau đi đào sò
Mang về làm mồi nhậu
Rảnh rỗi sinh lắm trò

Sò Vòi Voi biết phận
Ẩn thân dưới cát sâu
Sống cuộc đời hoang dã
Tồn tại như phép mầu

Hít thở nhờ con nước
Triều cạn, ngoi vòi lên
Tạo thành một cái lỗ
Mưu sinh thật bấp bênh

Chợt bọn đào sò đến
Những bước chân ngang tàng
Cùng lưỡi xẳng sắc bén
Chúng bới tận đáy hang

Đời sò quá ngắn ngủi
Chết theo con nước ròng
Nhưng không buồn số phận
Giúp người thỏa ước mong

Ước sao tâm người tịnh
Giữa thế giới điêu linh
Không hận thù ghen ghét
Cùng sống chung hoà bình.

Đắp Xây Mộng Ước

Tóc xanh bay nhảy khắp miền
Đời trai ví tựa con thuyền giữa khơi
Vượt trên sóng cả vào đời
Đắp xây mộng ước giữa thời can qua

Tóc bạc suy nghĩ gần xa
Đắn đo từng bước để mà liệu thân
Núi cao biển rộng ngại ngần
Công danh như thể mấy vầng mây xa

Thân tâm phải giữ an hoà
An nhiên, tự tại chính là phúc vinh
Quá khứ cho nó đăng trình
Đi vào quên lãng lòng mình thảnh thơi

Hiện tại nhịp bước tùy thời
Tách trà nhấm nhí đón mời bình minh
Tuổi cao phải giữ quân bình
Đón sau rào trước đời mình thăng hoa

Tránh đừng tạo nghiệp oan gia
Cái lưỡi tuy nhỏ nhưng mà oái ăm
Tình người mở hội trăng rằm
Vòng tay thân ái ngàn năm vững bền.

Đời Như Trái Bóng

Đời như trái bóng trên sân cỏ
Lăn mãi ngàn năm chỉ thế thôi
Ngược xuôi, xuôi ngược nổi trôi
Bỗng dưng còi thổi, mất rồi bóng ai

Còi Thiên Mệnh chẳng ai tránh khỏi
Xung khắc nhau tạo nỗi trái ngang
Xuôi tay mộ chí cùng hàng
Dưới ba tấc đất điêu tàn lợi danh

Dặm nghìn xuôi ngược chân sải bước
Khói thuốc vàng tay trước sự đời
Đường trần chiều tím chơi vơi
Thân còn lữ thứ bên trời lênh đênh

Sân cỏ phẳng, lòng người không phẳng
Húc cùi chỏ, đá thẳng chân người
Nghệ thuật nhồi bóng ngậm ngùi
Thương thân cầu thủ bị người dễ khinh

Thành, bại chuyện thường tình thế sự
Đối nhân xử thế giữ hiếu hoà
Tình người triển nở ngàn hoa
Mùa xuân nắng ấm giao thoa đất trời.

Mùa World Cup 2022

Cõi Ray Rứt

Én kia mất tổ mất con
Đâm đầu vách đá chẳng còn tuổi xuân
Vực sâu sóng nước quay cuồng
Thủy táng đời én nỗi buồn trào dâng

Sắc xuân mộng vướng hồng trần
Nhìn không thấy én bước chân rã rời
Mưa xuân nặng hạt mưa rơi
Khóc thương cánh én giữa đời sắc không

Pháo xuân lẹt đẹt xa dần
Chỉ còn tiếng sấm gió đông thét gào
Đời én sống giữa ba đào
Gặp cơn bĩ cực lòng nào không đau

Sắt son, son sắt trước sau
Thăng hoa cuộc sống thắm màu nghĩa nhân.

Khóc Thân Phận

Biết đời là bể khổ cháu ơi
Cháu cứ khóc cho vơi nỗi sầu
Một mai trong chốn bể dâu
Bước đi từng bước dãi dầu nắng mưa

Khóc thân phận khi chưa mở mắt
Lệ không tuôn nhưng chắc chín muồi
Chào đời chẳng có ai cười
Ấy là tiền định kiếp người trần gian

Tiếng cháu khóc có mầm sức sống
Tựa sang đông cây bỗng trơ cành
Tích tụ nhựa sống tăng nhanh
Hoa tươi, lá biếc tạo thành sắc xuân

Cứ khóc nhưng đừng buồn cháu nhé
Mang tâm hồn non trẻ vào đời
An nhiên tự tại rong chơi
Làm người là Ân Điển trời thương ban

Thương qúy cháu, viết vội vài hàng
Nữ lưu, cháu đăng đàn mai sau
Công thành, danh toại cao bay
Chắp đôi cánh én giữa ngày nắng xuân.

**Thương tặng cháu Tina Nguyễn*
01/2/2018

Ân Điển Cao Quang*

Ân điển cao quang song sinh công chúa
Khúc Tango Trâm, Vương bước nhịp nhàng
Nội ngoại Hứa, Nguyễn mừng chúc reo vang
Gia Khánh, Gia Hân song hành khôn lớn

Thuở nằm nôi trâm anh đà lởn vởn
Dáng tiểu thư trong ánh mắt đen huyền
Thoáng thấy tương lai vượt thắng truân chuyên
Đường thiên lý vầng đông soi dẫn lối

Hương nguyệt quỳnh thơm lừng trong đêm tối
Ánh trăng vàng lấp lánh nhánh thiên hương
Trí hiền triết mở lối giúp công nương
Lòng nhân ái Khánh, Hân cùng sánh bước

Nét đài trang như dáng xuân đi trước
Tuổi vào đời rạng rỡ tựa giáng tiên
Gót ngọc, tay ngà vang vọng khắp miền
Nhiễm sắc thể gắn liền hình ba mẹ

Càng lớn tuổi tâm hồn càng non trẻ
Sống đơn sơ hoà nhịp với muôn người
Trước nghịch cảnh môi luôn nở nụ cười
Bậc nữ nhi xứng danh trang hào kiệt

Thương hai cháu, hồn thơ lưu luyến viết
Chút tâm tình mộng ước sáng tương lai
Chúc hai cháu đường trần tựa thiên thai
Thăng tiến mãi ngày mai công danh rạng.

Thương tặng hai cháu
Hứa Gia Khánh, Hứa Gia Hân
03/12/ 2018

Yêu

Thuở còn nằm ngửa trong nôi
Tim đã mò vú tìm bầu sữa thơm
Tim yêu biết dỗi biết hờn
Tim dùng tiếng khóc đổi cơn khát tình

Thời gian trở bước đăng trình
Tim bỗng thấy mình đã tuổi cập kê
Tim buồn những lúc chiều về
Tim buông từng sợi tóc thề ngang vai

Mắt chớp dậy nét trang đài
Tim lên mười sáu hình hài tròn trăng
Tim nhảy vang dậy đất bằng
Tim tự mình hỏi có răng hỡi trời

Và khi chân bước vào đời
Tim nao nao ngóng, xa vời cười duyên
Tim giờ như một con thuyền
Tim trôi trên sóng tình duyên ước thề

Tình yêu đầy những đăm mê
Tim rung loạn nhịp vẫn thề mãi yêu
Tim yêu như ngọn thủy triều
Tim lướt trên sóng vượt nhiều bão giông.

Ta Cười Ta

Ta cười ta một đời vô tích sự
Lũy tre làng cản bước tuổi ấu thơ
Ngày tháng thoi đưa vô vị nhạt mờ
Dương mắt ếch trong tầm nhìn cận thị

Ta cười ta một đời vô tích sự
Bỏ làng quê ra phố thị bơ vơ
Tuổi vào đời không một gợn ước mơ
Phận rủi may phó mặc ơn tiền định

Ta cười ta một đời vô tích sự
Ngày qua ngày dạo bước đến học đường
Nhồi nhét vào đầu theo lối từ chương
Con chữ cứng đầu ngủ yên trong sách

Ta cười ta một đời vô tích sự
Tình vào tim như gió thoảng qua thềm
Nàng đến xuyến xao gợn sóng bấp bênh
Yêu và nhớ lập lòe như đom đóm

Ta cười ta một đời vô tích sự
Gót chinh nhân theo năm tháng rã mòn
Nghiệp đao binh khiến lòng dạ héo hon
Non với nước từng ngày cay đắng phận

Ta cười ta một đời vô tích sự
Cuộc trăm năm chưa trọn kiếp thân tằm
Đời dương thế biết còn được bao lăm
Nhìn thế sự lòng già thêm ngao ngán

Ta cười ta một đời vô tích sự
Được mất, hơn thua rồi cũng trắng tay
Nợ ân tình, đời mình đã trót vay
Chớ chần chờ, hãy trả ngay cho người

Nặng mang vẫn nở nụ cười
Nỗi lòng gởi lại cho người hậu sinh.

1965 - 1975

Bài Ca Mua Nhà 2

Rằng xa, chẳng mấy xa chi
Chạy xe mươi phút có gì mà xa
Hai lần đèn đỏ thôi mà
Mua ngôi nhà mới ấy là ước mơ
Thời gian chẳng đợi chẳng chờ
Dịp may chợt đến ấy cơ hội vàng
Ra trường, lương cũng khả quan
Đầu tư nhà cửa vững vàng tương lai
Vợ con là chuyện đường dài
Trước sau rồi cũng sánh vai một nàng...

Lòng vui môi nở nụ cười
Cơ ngơi giờ được lắm người chúc khen
Đông lân chẳng có ai quen
Láng giềng xa lạ dẫu rằng thân thương
Tâm hồn dậy nỗi vấn vương
Tình cha nghĩa mẹ vẹn đường thảo ngay
Suy đi tính lại bao ngày
Mua căn nhà khác dịp may phỉ nguyền
Đi bộ năm phút tới liền
Một dãy nhà mới sáng miền trần gian

Tạ ơn Thiên Chúa vô vàn
Căn nhà trông thật khang trang, thỏa lòng
Xóm giềng đạt những ước mong
Tinh thần hoà hiếu thật lòng giúp nhau

Làm sao quên được những ngày
Nơi căn nhà cũ từ nay giã từ
Thời gian chuyển hoá ưu tư
Cho tình hiếu thảo được như ước nguyền
Gia đình đoàn tụ ưu tiên
Ngày qua tháng lại triền miên ấm tình.

Lệ Dâng Tràn

Viên đạn vô tình hay cố ý
Đã đưa bạn về phía trời xa
Xa thế nhân, xa kiếp phồn hoa
Xa mối tình trăm năm chung thủy

Đạn vô tư, đạn không uỷ mị
Đạn không biết bạn, chẳng biết thù
Kẻ chế ra đạn vụng đường tu
Đưa nhân loại rơi vào bất cập

Ý thức hệ đối đầu tranh chấp
Những nghiệt oan luôn mãi đong đầy
Nắng mai vừa tô trắng làn mây
Chí ngang dọc sa vòng bi lụy

Tâm người hoà nhịp cùng ngạ quỷ
Lửa hoả ngục đầu súng lóe lên
Đất trời rung chuyển tiếng vang rền
Tâm địa một con người cao ngạo

Đất nước tôi sao nhiều giông bão
Cuộc trần ai, ai biết vắn dài
Một với một không phải là hai
Tâm trí trượt dài vào vực thẳm

Chí nam nhi bạn hào hùng lắm
Vượt qua gian khổ vững đôi chân
Đắp xây mộng ước vẹn trăm phần
Cõi Trường Sinh bạn yên nghỉ nhé.

Tiết Xuân 1969,
thương bạn chết vì đạn cấp trên.

Ba Dấu Chấm

Cuộc đời luôn là những dấu chấm lửng (…)
Ai biết được ngày mai sẽ ra sao
Chuyện tương lai sẽ xảy đến thế nào
Nhật nguyệt soi lòng người sâu hơn biển

Nhìn dáng vẻ, nghĩ rằng người lương thiện
Có ai ngờ, tâm chứa bồ dao găm
Dùng đạo lý xiển dương những hờn căm
Người nhìn người bằng lương tâm vẫn đục

Cuộc đời luôn là những dấu chấm than (!)
Ngày qua ngày gánh trăm ngàn dâu bể
Những bi lụy khổ đau nhiều vô kể
Kiếp nhân sinh đày đọa kiếp nhân sinh

Từ chiều buông đến ánh sáng bình minh
Bao thống khổ rập rình như hổ đói
Sống thác loạn lòng người ôm trọn gói
Khóc chào đời khơi dậy kiếp trầm luân

Cuộc đời luôn là những dấu chấm hết (.)
Dẫu trăm năm rồi cũng đến hạn kỳ
Nhớ câu nhật tụng "sinh ký tử qui"
Lòng nhân ái sẽ mãi còn miên viễn

Cuộc nhân thế vắn dài đâu bất biến
Trẻ già, trai gái rồi cũng như nhau
Lúc tim ngừng đập, nhắm mắt xuôi tay
Ba tấc đất, người sau như kẻ trước.

Cõi Lòng Quặn Thắt

Buồn như cột khói cháy nhà
Lòng như ngọn lửa ta bà thiêu thân
Khói đen phủ kín đường trần
Cõi lòng quặn thắt đến gần hụt hơi

Ngậm ngùi giọt lệ đầy vơi
Bời mi sưng húp, lệ rơi vào lòng
Đêm đêm bên ánh đèn chong
Tường loang bóng đổ nỗi lòng chông chênh

Buồn như bão giật cấp thêm
Sóng dâng lũ ngập cả đêm lẫn ngày
Buồn đời không uống mà say
Ngất ngư thân xác, cuồng quay tâm hồn.

Khi con hoàn tục 24/7/2022

Giọt Sầu

Giọt sầu nặng những ngàn cân
Hai vai gồng gánh châu thân cơ cầu
Cắn răng ngăn những dòng châu
Nhưng dòng lệ cứ xoáy sâu vào hồn

Giọt sầu gào thét sóng cồn
Giữa lòng biển mặn tâm hồn tả tơi
Chiều thu tím ngắt chân trời
Lốc xoáy cuốn mất một thời thăng hoa

Giọt sầu lạnh hạt mưa sa
Đường xưa lối cũ ta bà bủa vây
Giọt sầu đành giữ riêng tây
Hoàng hôn khuất nẻo trời tây vô thường

Bội ước thảm hại trăm đường
Bước chân vô định bởi vương vấn đời
Sầu thương chẳng nói nên lời
Tâm tình ước vọng chờ thời hồi tâm.

Khi con hoàn tục 25/7/2022

Gói Ghém Tấm Lòng

Trà Xanh gói ghém tấm lòng
Gởi từ quê mẹ, nửa vòng trần gian
Nguyên chất, chẳng ướp lài, lan
Để tình đất mẹ ngàn năm vững bền

Bình minh rạng vỡ trước thềm
Từng ngụm trà ấm, ấm thêm cõi lòng
Xứ người mãi ngóng cùng mong
Nhìn theo cánh nhạn bay trong sương chiều

Đêm về thanh vắng tịch liêu
Nhớ hoa phượng vỹ, nhớ nhiều là em
Tình ơi sao mãi bấp bênh
Lời yêu chưa ngỏ, không quên bóng hình

Cố hương có nhớ nhân tình
Của thời mới lớn, thuở mình thầm yêu.

Tái Tê Vận Nước

Đời người như con nước
Mãi miết chảy ngàn năm
Dù nắng sớm mưa chiều
Vượt qua bao ghềnh thác

Đêm thâu nhìn thế sự
Hồn ru giấc Nam Kha
Mộng chưa tròn đã nhòa
Nỗi lòng dâng tê tái

Tám năm trời cách biệt
Cây rừng sợ mùa thu
Đếm từng ngày trong tù
Thân trai vì vận nước

Ta cười đòn thù hận
Nòng súng với lưỡi lê
Lăm le những trò hề
Âm vang lời buộc tội

Chui ra từ Pác – bó
Bầy khỉ nhe răng cười
Chôm cách mạng Tháng Mười
Từ Nga về làm của

Nghĩ rằng mình tài giỏi
Quyết chí giữ khư khư
Đâu biết là tàn dư
Loài người bỏ sọt rác

Trật đường mà không biết
Lếu láo theo từ chương
Đuôi kinh tế thị trường
Đầu vẫn ôm Karl Marx

Ô hô ô hô ô hô.

Nước Mắt Mùa Xuân

Xuân vừa hé nhụy trên xứ lạ
Lưu dấu thời gian quá khứ dài
Dĩ vãng khơi mào tương lai
Nhọc nhằn mẹ đã oằn vai gánh đời

Hồn con quặn thắt lời diễn đạt
Giọt mồ hôi nắng rát thân cò
Đời nghèo như gốc rạ khô
Nắng mưa phân hủy tan vào lãng quên
Thanh xuân tóc mẹ trắng mây trời
Nắng mưa nặng gánh đời, còng lưng
Hồi tưởng mắt con rưng rưng
Dưỡng nuôi tần tảo mẹ từng trải qua

Sương mai gánh bôn ba ra chợ
Dạ hỏi lòng...tiền nợ sao đây
Nhìn quang gánh buồn riêng tây
Bước chân nặng trĩu vũng lầy nhân gian

Sương chiều nặng hạt mờ khói bếp
Hạt gạo oằn vai gánh sắn khoai
Lá lang, rau muống ăn hoài
Mắm - cái mặn chát lạc loài hạt cơm

Đông về vách lá đong đưa gió
Mái tranh loang lỗ sụt sùi mưa
Phận đời bạc thếch sớm trưa
Bao nhiêu khổ lụy mẹ chưa thoả lòng

Hoa Kỳ đất chứa chan mật, sữa
Xuân về còn lắm nỗi xót xa
Nhớ công dưỡng dục mẹ cha
Lòng con quặn thắt vỡ oà lệ rơi

Nhà cao cửa rộng đời như mộng
Quá khứ hiện về bóng dáng xưa
Mái tranh vách lá dột mưa
Tình cao, nghĩa nặng con chưa đáp đền

Cõi vô thường, song thân giã biệt
Chốn Thiên Đàng hưởng phúc trường sinh
Tụng ca Chúa cả Thiên Đình
Hẹn ngày gặp lại người mình dấu yêu.

31/1/2022

*Dũng Tướng Trong Chiến Trận**

Sân khấu một thời danh vang khắp thế
Cung đàn, tiếng hát hài hước mua vui
Cảm hứng, bao người vỗ tay hoan hỷ
Khép đời kịch sĩ, mở lối chính trường

"Tôi không chạy làng, tôi cần vũ khí"
Lòng anh vững chí như kiền ba chân
Không như Joe Biden vểnh tai thỏ đế
Tổng tư lệnh chiến trường, dũng tướng Zelensky

Một tổng thống thương dân và yêu nước
Quyết bảo toàn từng tấc đất quê hương
Nga là đại xe, Ukraine là châu chấu
Châu chấu búng càng đại xe lật nghiêng

Đồng cảm với anh, tôi dân nước Việt
An Lộc, diện tích vài cây số vuông
Mỗi ngày hứng chịu trăm trái hoả tiễn
Hoả tiễn Nga cày xới mấy tháng liền

Người sống chôn đồng đội vừa nằm xuống
Hoả tiễn hất tung hài cốt trở lên
Từng mảng thịt xương hoà vào đất mẹ
Người chết hai lần Bắc cộng hò reo

Thương dân Ukraine phải xương tan thịt nát
Lòng lang sói Putin say máu giết người
Tôi cảm kích quân, dân Ukraine trung dũng
Kiên cường bảo vệ độc lập tự do

Năm châu, bốn bể quyết lòng hổ trợ
Ukraine sẽ toàn thắng giặc Nga tham tàn
Putin gian manh, thân tàn sau chiến trận
Quân dân Ukraine hát khúc khải hoàn ca.

29/3/2022

Bài Ca Mua Nhà 1

Cái nhà là nhà của ta
Công khó đô la làm ra
Từ nay ráng cày trả góp
Tuổi trẻ khất vợ, cưới nhà

Ngân hàng cất tiếng hoan ca
Một vốn bốn lời, dễ mà
Ngồi không, tiền vô như nước
Hữu sự lại có ngôi nhà

Người bán cũng sướng à nha
Vòng vèo xe tới la cà
Rủng rỉnh đô la vào túi
Chặt đẹp, ai trách đâu mà

Cuối cùng người mua căn nhà
Gồng mình gánh chịu can qua
Biến mình trở thành con nợ
Kiếp nghèo chẳng chịu buông tha

Từ nay trong cõi người ta
Tự do ngủ nghỉ, thế là
Ta, công nhân không biên chế
Quét dọn, cắt cỏ xông pha

Người thân, bạn hữu gần xa
Tới lui thăm viếng mặn mà
Tình thâm sáng trời cao rộng
Niềm vui rộn tiếng hoà ca

Thời gian liếng thoắn lướt qua
Không gian rộng rãi bao la
Chân trời tự do thoáng hiện
Lung linh dưới ánh trăng ngà

Đường đời như một bài ca
Tương lai rồi sẽ thăng hoa.

Ngày walk thru 10/2/2017

Đào Sò Tại
Dash Point Beach, WA.

Trời chiều rải hạt nắng vàng
Rơi vào mắt gã lang thang tìm sò
Lỗ to, lỗ nhỏ lần mò
Ngón trỏ thọc thử, tìm dò nông sâu

Nông sâu chưa biết nông sâu
Từ trong cái lỗ...nước phun thành vòi
Nước ấy là nước vòi voi
Phun để chống đối cái nòi bất nhân

Vòi voi chỉ muốn yên thân
Sống trong lòng cát chẳng ngần ngại chi
Triều xuống, trồi lên thở phì
Kiếp sống hoang dã, thị phi cóc cần

Thế nhưng người thế rần rần
Chúng đào, chúng xới bắt thân sò nầy
Thân sò phải chết banh thây
Dập mu, nước chảy tràn đầy bãi hoang

May nhờ luật pháp rõ ràng
Mỗi người chỉ bảy, ai gian phạt tiền*
Nhà sò vốn ăn ở hiền
Trời cho dòng giống triền miên trường tồn

Nhà sò chưa kịp tỉnh hồn
Nhóm khác lại đến công đồn dữ hơn
Chúng moi, chúng móc tơn bơn
Cái mu cũng nát, nước nhờn cũng khô

Tội thân cò biết chừng mô
Lột da, cắt cổ chúng nào gớm tay
Lại còn bị nướng ăn ngay
Nào bia, nào rượu, chúng say chúng cười

Cười trên xác chết còn tươi
Chúng ca, chúng hát, chúng vui, chúng đùa
Nấu cháo với thịt vòi voi
Khen ngon, chúng lại đua đòi xào lăn

Sự đời theo lẽ công bằng
Hại người trời hại, thường hằng thế thôi
Lương tâm, miệng lưỡi đãi bôi
Tô son, trắc phấn...phấn dồi son phai.

*Theo luật tiểu bang WA. hiện tại, mỗi người chỉ bắt tối đa 7 con, không kể lớn nhỏ. Những ai vi phạm sẽ bị phạt $99.00. 04/7/2017

Nữ Nhi World Cup

Nữ nhi tay yếu, chân mềm
Vào sân mái tóc bồng bềnh trời mây
Chân dài trắng nõn hây hây
Bao nhiêu cặp mắt Đông, Tây mở tròn

Trái bóng world cup chữa mòn
Cuộc chơi đã khép, mộng còn dở dang
Về nước tập luyện hởi nàng
Chờ ngày phục hận, than van nỗi gì

Chuyền bóng chính xác khắc ghi
Hợp đồng tác chiến, mắt thì nhìn nhau
Rập ràng kẻ trước người sau
Chân, đầu cùng đá, hè nhau làm bàn

Nhìn chung world cup năm nay
Nhiều đội khởi sắc, hăng say thư hùng
Thắng, thua là chuyện chung chung
Màu cờ, sắc áo sánh cùng năm châu.

20/8/2023

Tuổi Mộng Vừa Tròn

Thân em tuổi mộng vừa tròn
Trời cho lớn xác nhưng còn ngây thơ
Chuyện tình rất đỗi ngu ngơ
Lắm chàng theo gót, giăng tơ đón đường

Nhưng rồi biệt tích ngàn phương
Để em cô quạnh đêm trường cùng trăng
Bỗng đâu anh đến làm quen
Tim em rạo rực ví bằng nhồi cơ...

Trời xanh mây trắng lững lờ
Từng làn gió nhẹ như chờ tiến chân
Theo anh khắp nẻo đường trần
Đôi ta mãi mãi sống gần bên nhau

Thoả lòng ao ước bấy nay
Chung lưng đấu cật cùng nhau xây đời
Từ đây nửa bước chẳng rời
Anh đâu em đó, đường đời ngao du.

Tâm tình giữa xe Lexus Altima và người mua
24/5/2017

Buồn Vui Power Ball

Số đen, số đỏ ngoài tầm tay với
Phận giàu nghèo quả thật mới khó lường
Trúng số, chắc gì đời đã lên hương
Hay thân lại vướn trăm đường nghiệt ngã

Lắm người trúng số, gia đình tan rã
Vợ bỏ chồng, con băng đảng bụi đời
Đồng tiền vạn năng chỉ có một thời
Thời trí tuệ con người còn minh mẫn

Khi tiền làm chủ, trí sẽ lú lẫn
Chân khập khừng, tay chỉ nẻo quanh co
Lưỡi uốn cong, cong theo kiểu rắn bò
Túi gian tham là túi luôn thủng đáy

Lắm kẻ nói bốn với ba là bảy
Trúng số sẽ làm việc thiện giúp người
Nghe thế, môi - răng - lưỡi bật tiếng cười
Việc thiện hệ tại tâm, trời có mắt

Suy đi rồi nghĩ lại, lòng tâm đắc
Biết dùng tiền, tiền sẽ hoá thành tiên
Giúp con người thoát cảnh khổ triền miên
Cho cuộc sống không lụy phiền đày ải

Mua số để tập sống tính nhẫn nại
Nuôi hy vọng để tạo dựng tương lai
Vươn tay nắm bắt ước vọng miệt mài
Rồi lập nghiệp bằng bàn tay khối óc

Đừng viễn vông giữa biển đời ô trọc
Mang chân tình san sẻ với tha nhân
Trái tim yêu trang trải khắp xa gần
Tình nhân loại sẽ lật trang sử mới.

12/1/2016

Tết Quý Mão

Sáng tinh mơ loài Mèo khai mở hội
Cổ sử thật hư ghi vội bên Tàu
Mười hai con thú, hiền dữ xưa nay
Thân loài người chúng hoá vong nhập mạng

Chuyện hoang đường, nghiễm nhiên thành tập quán
Lọt lòng mẹ đã mang án vào thân
Chuyện rủi may loài thú cứ xoay vần
Mười hai con giáp cõi trần giong ruổi

Bĩ cực thái lai thú nào gọi tuổi
Loài người có tuổi, tuổi ấy trời cho
Dưỡng tánh tu tâm, đời sẽ ấm no
Phúc đức lưu danh mấy đời hậu thế

Chuyện vui đầu năm có người vừa kể
Ông bà chễm chệ ngồi giữa căn trung
Cháu, con quây quần Kiết Hung mừng chúc
Cháu gái lên năm chấp tay lễ phép

Cháu chúc ông bà trong những ngày tết
Khỏe mạnh như Trâu, mít ướt như Mèo
Cậu bé vỗ tay, con là cu Tèo
Theo gương chị con chúc mừng năm mới

Con chúc ông bà luôn luôn tấn tới
Như chàng Dê Đực đứng ở cửa chuồng
Ông cười, bà giơ tay khẻ đầu...buồn
Chớ bắt chước loài thú, thằng khỉ đột.

Những ngày cuối năm Nhâm Dần

Thằng Tôi Với Đứa Tôi

Thằng tôi nói với đứa tôi
Sao mầy láo khoét, đãi bôi thế mầy
Kênh kiệu, hống hách trên mây
Lâu rồi tao biết mầy là thằng mô
Dốt đặc, miệng cứ bô bô
Lè tè ngọn cỏ tưởng sao trên trời

Mầy đúng là đứa dỡ hơi
Tạo bao oan nghiệt khắp nơi gian trần
Mầy tưởng mầy là vĩ nhân
Miệng mầy báo hại nhọc tâm lắm người
Vạn kẻ khóc, mình mầy cười
Gieo oan, giáng hoạ cho người hiền lương

Đứa tôi vênh váo khôn lường
Nịnh trên, đạp dưới tai ương chất chồng
Thằng tôi mầy có biết không
Cái tôi đáng ghét từ ông chí bà
Bỏ ngay cái thói ba hoa
Hoàn lương, ăn ở cho ra giống người.

Tacoma WA. 10/12/2022.

Thời Sự Còn Nguyên

Đếm phiếu qua đêm...nên lãnh đạo*
Ống nước vỡ ối...tổng thống chào đời*

Vật giá chín tầng mây...ngất ngưỡng
Vời trông lại thấy...Let's go Brandon, khà

Băng vệ sinh...qúi bà thót ruột
Không tả lót...ẩm ướt đít trẻ con

Thiếu sữa bột...mẹ lo sốt vó
Ngoại thương năn nỉ...Anh, Pháp, Mễ, Hàn

Giá thịt cá ...nhìn mà tối mắt
Vật giá phi mã...như ngựa trường đua

Tới cây xăng...lòng thêm quặn thắt
Nhìn giá xăng...nước mắt đổ vào xe

Lạm phát tăng...tiền vung cửa sổ
Hâm nóng toàn cầu...ấm ớ dở hơi

Người thuê nhà...kêu than như bộng
Chủ cho thuê...chính phủ sẽ tài bồi

Trộm cướp lộng hành...từng con phố
Chém giết tha hồ...xáo thịt nhồi da

Sáu tháng một (06/1/2020) lập ra bươi móc
Sợ ông thần...sẽ đắc cử Donald Trump

Ích nước lợi dân...đâu không thấy
Quốc gia tụt hậu...chính phủ mỵ dân.

Hai sự kiện xảy ra trong đêm bầu cử tại bang Pennsylvania, miền Đông Hoa Kỳ.

26/11/2020 – 26/11/2023

Thương Chiến
(Thơ Vui Cuối Tuần)

Đánh cho Tập cút, Hán nhào
Năm trăm tỷ lỗ, lòng nào làm ngơ
Bao đời tổng thống thờ ơ
Nên nay Trump phải phất cờ tiến lên

Cân bằng thương mại đôi bên
Trump tăng thuế xuất, dựa trên mặt hàng
Dẫu cho Tập muốn qui hàng
Nhưng còn lưỡng lự, lòng lang câu giờ

Trump, tay chiến cao cờ
Chận đầu Hán tặc, chẳng chần chờ chi
Hai trăm tỷ thuế vừa ghi
Thêm ba trăm tỷ, thôi thì chơi luôn

Sa sầm nét mặt, Tập buồn
Cái thói ăn cắp, trí luôn chờn vờn
So đo, suy tính thiệt hơn
Bỏ thói ăn cắp...lâm cơn suy tàn

Dùng dằng đứng giữa hai đàng
Thôi cứ ăn cắp thà mang tiếng đời
Cộng sản chủ nghĩa Tập ơi
Cúi mặt chịu đấm, danh thời nhuốc nhơ

Việt cộng vẫn đưa mặt trơ
Thất thần nhìn Tập mà ngơ ngẩn đời
Xã hội chủ nghĩa dở hơi
Thị trường kinh tế, trời ơi đường cùng

Vô thần đến lúc mệnh chung
Đông Âu chín mốt (1991) tháp tùng bước nhanh.

11/5/2021

Ưu Tư Giữa Đời
(Đoản Văn)

Những ngày cuối năm Dương Lịch 2020, Cộng đoàn Công giáo Việt Nam tại Giáo xứ thánh Anna, thành phố Tacoma, tiểu bang Washington được Đức Tổng Giám Mục, Tổng Giáo phận Seattle khen vì sự phát triển khả quan hơn các Cộng đoàn bạn trong vùng.

Khen vì số người theo đạo và giữ đạo gia tăng. Số người tham dự Thánh Lễ hằng ngày nhất là Thánh lễ ngày Chúa Nhật gia tăng đáng kể. Số người thực hành các Bí tích cũng gia tăng. Đặc biệt việc đóng góp tài chánh ổn định, đủ để trang trải cho nhu cầu bảo trì cơ sở và các chi tiêu cần thiết khác của Cộng đoàn và của Giáo xứ.

Tâm lý chung, được khen ai mà không khoái chí, hả dạ. Nhìn đời thấy cả một bầu trời màu hồng tươi sáng như buổi bình minh mùa hạ, hoặc như những cầu vồng sau cơn mưa chiều. Niềm hy vọng lan toả như những làn mây trắng lướt thướt bay trên bầu trời xanh giữa mùa xuân thắm.

Nhưng cũng có lắm người tự hỏi, lời khen tặng nầy có nghĩa gì đây, ảnh hưởng thế nào đến Cộng đoàn Việt Nam hay không. Trong khung cảnh Giáo hội mừng kỷ niệm ngày Con Chúa Giáng Trần cứu độ muôn dân đang lầm than giữa xã hội trầm luân.

Nhớ lại lời Thiên sứ Gabriel chúc mừng Mẹ Maria " kính chào Bà đầy ơn phước, Thiên Chúa ở cùng Bà" Lc 1, 28.

Từ khi Mẹ Maria thốt lên hai tiếng " XIN VÂNG ", cuộc sống của Mẹ trở nên gian khổ trăm bề. Vì Con mà TIM Mẹ phải bị mũi nhọn đâm thâu như lời ông Simeon tiên báo Lc 2, 34 – 35. Vì Con mà lòng Mẹ héo hon nhất là khi thấy Con bị người đời kết án, đày đọa đến nỗi không còn hình tượng người và khi thấy Con bị đóng đinh, bị treo trên đồi Golgotha giữa trưa nắng cháy...

Như chuyện đã rồi, Cộng đoàn Công giáo Việt Nam tại Giáo xứ thánh Anna cũng chỉ biết thốt lên hai tiếng XIN VÂNG. Xin vâng trong những lắng lo, trĩu nặng tâm tư vì từ lâu Giáo dân thầm mong một ngày nào đó Cộng đoàn sẽ được Tự Chủ như hai câu thơ cuối trong một bài thơ của người viết "Cộng đoàn phát triển từ đây

Tiến lên Tự Chủ, tròn đầy ước mơ". Giấc mơ của những Giáo dân đang sống kiếp tầm gởi đã lâu ngày nơi xứ người.

Ý tưởng lời Kinh Thánh của Thánh sử Mattheu chợt đến trong lúc tâm tư người viết trĩu nặng những ưu tư " Ách của Ta thì êm ái, gánh của Ta thì nhẹ nhàng Mt 11, 30.

Chúa Giêsu kính yêu ơi, cái ách, cái gánh của Tổng Giáo phận Seattle tròng lên vai chúng con có nhẹ, có êm ái như ách của Chúa dành cho loài người nơi cõi trần nầy không hay chúng con phải lệ thuộc, phải gồng mình nghe theo những hoạch định của các Ban Đại diện các Cộng đoàn bạn trong Giáo xứ khác về việc hoạch định mọi sinh hoạt của Cộng đoàn Việt Nam chúng con. Tương lai Cộng đoàn Công giáo Việt Nam của chúng con sẽ trôi dạt về đâu Chúa Giêsu ơi.

Thầm mong Cộng đoàn Việt Nam của chúng con sẽ không giống như Cộng đoàn Công giáo người Đại Hàn trước đây không lâu, cũng sáp nhập vào Giáo xứ thánh Anna rồi lại phải ra đi lập Cộng đoàn riêng để thuận tiện cho các sinh hoạt trong tự chủ.

Với tính chịu thương chịu khó, chăm chỉ làm việc, cần mẫn hy sinh của người Việt Nam được hun đúc từ giống nòi như đã ăn sâu vào huyết quản để phụng sự Chúa và mưu cầu lợi ích cho Cộng đoàn, cho tha nhân. Nhờ dòng máu nầy thôi thúc, nhiều anh chị em, các cháu sau những giờ làm việc mệt nhọc tại các công, tư sở để nuôi sống bản thân và gia đình. Trước khi về nhà nghỉ ngơi, sum họp cùng vợ con sau một ngày xa cách, họ đã cùng nhau đến nhà thờ giúp Giáo xứ tân trang lại cơ sở, phòng ốc đã xuống cấp qua 50 năm xử dụng. Cơ sở Giáo xứ thánh Anna có khuôn mặt được Giáo phận khen hôm nay là nhờ công lao gian khó, sự hy sinh của nhiều anh chị em, các cháu trong Cộng đoàn Công Giáo Việt Nam. Họ chỉ biết 'lấy công làm lời' chứ không như người Mỹ, mọi việc chung từ nhỏ đến lớn đều thuê mướn, nhiều khi thuê mướn cả Giáo dân trong Giáo xứ.

Trình bày những điều nầy không phải kể công, nhưng chỉ thầm mong các cấp lãnh đạo Giáo phận, các ban mục vụ Cộng đoàn bạn nhất là Cộng đoàn người bản xứ thấu hiểu nỗi lòng của Giáo dân Việt Nam để cùng nhau bàn bạc những công việc của Giáo xứ trong sự tương kính, tế nhị hầu việc phục vụ, củng cố đức tin cho nhau trong sự hài hoà vì chưa chắc 'có tiền mua tiên cũng được' như người đời thường nói.

Với tâm tình ưu tư, lo lắng cho tương lai của Giáo xứ đặc biệt của Cộng đoàn Công giáo Việt Nam, chúng con thành kính khiêm cung nguyện xin Mẹ Maria, Nữ Vương Hoà Bình, thánh cả Giuse cầu bầu xin Thánh Linh Chúa sáng soi cho sự hiệp nhất trở nên Men, Muối để việc tin và giữ đạo củng cố cho công cuộc truyền giáo phát triển như lòng Chúa mong ước.

Tacoma WA. 31/12/2020

Những trang kế tiếp ưu ái in lại vài ba bài thơ đã in trong 2 tập thơ trước 'Dòng Thơ Lưu Bút và Nhịp Cầu Giao Cảm' của Mynh Hứa...

Vằng Vặc Khiết Trinh

Trần gian có một không hai
Khiết trinh trọn vẹn, nào ai sánh bằng
Vằng vặc sáng tựa ánh trăng
Muôn đời bái phục, ngợi khen danh Bà

Maria, Mẹ là ánh trăng ngà
Là hương thơm ngát, là hoa thắm tình
Trinh nguyên tươi sáng đẹp xinh
Khiêm nhu lòng Mẹ, thiên đình rạng danh

Mẹ là lộc biếc trên cành
Nở hoa từ ái, xóa vàn tội khiên
Eva mới, Thánh mẫu hiền
Nhân đức Mẹ sáng vô biên đất trời

Thánh Linh ơn cả cao vời
Lòng con kính tín, Ngôi Lời giáng sinh
Hang Bêlem, Mẹ đồng trinh
Giêsu cứu chúa, Mẹ sinh cho đời

Kỳ công tuyệt mỹ Mẹ ơi
Adam Cựu ước là thời đã qua
Giêsu Tân ước chính là
Cội nguồn ân phúc cho nhà Ích Diên

Đường trần gặp những truân chuyên
Hồn con tín thác Mẹ hiền đỡ nâng
Thân con dẫu kiếp phong trần
Cao rao danh Mẹ. Ngàn lần trinh vương.

*Kính dâng Đức nữ Đồng trinh Maria
trong tình con hiếu thảo.*
Mynh Hứa

Anh Còn Có Em

Ơn Trời cùng với ơn em
Dưỡng nuôi anh mạnh, thọ thêm tuổi đời
Tình em không nói bằng lời
Âm thầm tận tụy, một đời hy sinh
Chiều mưa, sáng nắng mặt tình
Tấm lòng rộng mở, môi xinh nụ cười

Thế gian có được mấy người
Niềm tin vào Chúa nở tươi tâm hồn
Cuộc đời dẫu lắm đa đoan
Phó dâng trọn vẹn, hoàn toàn cậy trông
Đời em luôn ánh màu hồng
Tri túc, tiện túc nên không than phiền

Tề gia nội trợ ưu tiên
Sớm hôm khuyên bảo con hiền thảo ngay
Em là đôi cánh con bay
Em là lực đẩy mỗi ngày con đi
Tình chồng nghĩa vợ thôi thì
Chính chuyên, son sắt, khắc ghi thực hành

Nhớ khi vách lá nhà tranh
Hạt cơm cõng sắn, mỏng manh giữa đời
Tình em vẫn mãi sáng ngời
Bao dung, quảng đại với lời yêu thương
Giúp anh vững bước lên đường
Bỏ đi những lúc sầu vương kiếp người

Tâm thành dẫn tới nguồn vui
Ngày nay sang được xứ người tự do
Dòng đời như một chuyến đò
Dù xuôi, dù ngược vẫn mò mẫm đi
Tuổi đời đã hết xuân thì
Nhưng hồn em vẫn như khi vào đời

Tào khang vẹn chữ, vẹn lời
Nhịp chân cùng sánh như thời mới yêu
Rạng bình minh tới xế chiều
Cùng chung nhịp thở, tình yêu tròn đầy
Vui buồn mở rộng vòng tay
Ôm trọn trái, phải của nhau vào đời
Ơn em thơ chẳng đủ lời
Cầu xin Thiên Chúa suốt đời có nhau.

Thương tặng hiền thê
22/12/2012

Đan Sợi Tơ Lòng

Chắt chiu từng sợi tơ lòng
Nàng đan tấm áo cho chồng ấm thân
Tình già thắm đượm ân cần
Đôi tim hợp xướng chín tầng trời vang

Khi trời chuyển tiết đông sang
Tình nồng thêm ấm tình tang với tình
Chiều tàn vẫn thấy bình minh
Chân đi lòng thấy như hình mới quen

Nguyện thề sánh bước dưới trăng
Phố đêm với vạn ánh đèn lung linh
Cầu trời kết ước đôi mình
Tròn duyên, tròn nợ đường tình trăm năm

Giờ đây tình sáng trăng rằm
Bách niên giai lão đêm nằm có đôi
Mộng lòng tỏa sáng ngàn khơi
Áo đan thay vạn ngàn lời yêu đương

Sợi len giữ trọn mùi hương
Cùng chồng đi trọn con đường tương lai
Hai thân nhưng một hình hài
Trăm năm son sắt chẳng phai nhạt tình

Hoa lòng ửng sắc bình minh
Non cao, biển rộng hoa tình ngát hương
Dìu nhau đi khắp ngàn phương
Dấu chân kỷ niệm dặm trường in sâu

Đường trần tim bắt nhịp cầu
Ông tơ, bà nguyệt vui câu chúc mừng.

Mynh Hứa
Kỷ niệm khi hiền thê đan áo len cho chồng.
28/12/2016

Trái Tim Lỗi Nhịp

Nàng chỉ cười nửa miệng
Nửa miệng nàng ngậm tăm
Bởi đời không toàn hảo
Mắt nàng nhìn xa xăm

Hình như có tiếng gọi
Từ hoang vu cuộc đời
Âm thầm nhưng mãnh liệt
Lấp lánh bóng ma trơi

Chiều nghiêng theo làn gió
Tâm hồn nàng chơi vơi
Trái tim chừng lỗi nhịp
Vang vọng tiếng gọi mời

Trăm năm tình như đã
Giẫm nát một niềm đau
Trái sầu thương định mệnh
Muôn kiếp lạc mất nhau.

MỤC LỤC

Niệm khúc Khóc Cha	9
Nhớ Mẫu từ	12
Tết lạ nhất đời	14
Nhân ảnh ta	17
Du lịch Châu Phi	19
Người xưa đâu tá	21
Chiều nghiêng bóng so	23
Đắp xây mộng ước	25
Đời như trái bóng	27
Cõi ray rức	29
Khóc thân phận	30
Ân điển cao quang	32
Yêu	34
Ta cười ta	36
Bài ca mua nhà 2	38
Lệ dâng tràn	40
Ba dấu chấm	42
Cõi lòng quặn thắt	44
Giọt sầu	45
Gói ghém tấm lòng	46

Tái tê vận nước	47
Nước mắt mùa xuân	49
Dũng tướng trong chiến trận	51
Bài ca mua nhà	53
Đào sò tại Dash Point	55
Nữ nhi world Cup	58
Tuổi mộng vừa tròn	60
Buồn vui Power Ball	62
Tết Qúi Mão	64
Thằng tôi với đứa tôi	66
Thời sự còn nguyên	68
Thương Chiến	70
Ưu tư Giữa Đời	72
Vằng Vặc Khiết trinh	78
Anh Còn Có Em	80
Đan Sợi Tơ Lòng	83
Trái Tim Lỗi Nhịp	85

Nhân Ảnh
2024

Liên lạc tác giả:
huadoan45@yahoo.com

Liên lạc Nhà xuất bản
han.le3359@gmail.com
(408) 722-5626

www.ingramcontent.com/pod-product-compliance
Lightning Source LLC
LaVergne TN
LVHW041712060526
838201LV00043B/705